இரவுக்கு அப்பால் ஒரு துண்டு பகல்

செந்தில்பாலா

இரவுக்கு அப்பால் ஒரு துண்டு பகல்		கவிதைகள்
ஆசிரியர்	:	செந்தில்பாலா
	:	© ஆதி லட்சுமி பாலமுருகன்
முதற்பதிப்பு	:	டிசம்பர் 2019
அட்டைப்படம்	:	பி.எஸ். வம்சி
வெளியீடு	:	வம்சி புக்ஸ்
		19, டி.எம்.சாரோன்,
		திருவண்ணாமலை - 606 601
		9445870995, 04175-235806
அச்சாக்கம்	:	மணி ஆப்செட், சென்னை - 600 077
விலை	:	₹ 70/-
ISBN	:	978-93-84598-75-4

Iravukku appaal oru thundu pagal	:	Poems
Author	:	Senthilbala
	:	© Athilakshmi Balamurugan
First Edition	:	December - 2019
Wrapper Design	:	B.S. Vamsi
Published by	:	Vamsi books
		19.D.M.Saron,
		Tiruvannamalai - 606 601
		9445870995, 04175-235806
Printed by	:	Mani Offset, Chennai - 600 077
	:	₹ 70/-
ISBN	:	978-93-84598-75-4

www.vamsibooks.com - e-mail: vamsibooks@yahoo.com

நறுமுகை ஜெ.இராதாகிருஷ்ணன்
அவர்களுக்கு

செந்தில்பாலா

இயற்பெயர் தே.பாலமுருகன். விழுப்புரம் மாவட்டம், செஞ்சியை அடுத்த நெகணூர் புதூர் கிராமத்தில் பிறந்து அரசுப் பள்ளியொன்றில் கணித ஆசிரியராகப் பணியாற்றி வருகிறார். கதைகள் தீர்ந்தபோது அம்மா சொன்ன கதைகள் (2007), மனிதர்களைக் கற்றுகொண்டு போகிறவன் (2013) ஆகிய கவிதைத் தொகுப்புகளும், பரவலாக கவனம் பெற்ற இங்கா(2015), வவ்வவ்வ (2018) ஆகிய இரு சிறார் பாடல் தொகுப்புகளும் இதுவரை வெளிவந்துள்ளன. இவரது நவீன கோட்டோவியங்கள் பிரத்யேகமாக கவனம் கொள்ளத்தக்கவை. இவருடைய அம்மாவும் மனைவியும் எழுதி வெளிவந்த சாந்தா-ஆதிலட்சுமியின் 'கொக்காம் பயிர்' (2018) தமிழில் முதல் மாமியார்-மருமகள் கவிதைகளின் கூட்டுத்தொகுப்பு என்பது குறிப்பிடத்தக்கது. மகள் - கவியாழினி, மகன் - இளமாறன். மூன்றாவதாகப் பிறந்துள்ள மகளின் பெயர்சூட்டு விழாவில் வெளியிடும் இவரது மூன்றாவது கவிதைத்தொகுப்பு இது.

முகவரி:

யாழ்குடில், 151-தெற்குதெரு, நெகணூர் புதூர்,
செஞ்சி வட்டம், விழுப்புரம் மாவட்டம் - 604202
பேச : 8526712005
yaazhbala@gmail.com
www.facebook.com/senthilbala.bala

நன்றி

த. பழமலய்/ சீனு.தமிழ்மணி/ பா. உதயக்கண்ணன்
அன்பாதவன் / நெய்வேலி பாரதிக்குமார்/ நாகரத்தினம் கிருஷ்ணா
கண்மணி குணசேகரன் / இந்திரன் / பாவண்ணன் /சமயவேல்
புதுவை தமிழ்நெஞ்சன் / இரா.எட்வின் /கன்னிக்கோவில் இராஜா
பொன்.குமார் / மு.ஹரிகிருஷ்ணன் / கரிகாலன் / க. அம்சபிரியா
முனைவர் வே. நெடுஞ்செழியன்/ வேல்கண்ணன் / கவின்
துவாரகா சாமிநாதன் / நாணற்காடன்
அகிலா புகழ் / பொன் வாசுதேவன்

செஞ்சி தமிழினியன் / இரா.இராகுலன் / யியற்கை
இல்லோடு சிவா / ப. பவுன்குமார் / அம்பிகை சு. உதயக்குமார்
அ. கமலக்கண்ணன் / மு. தண்டாயுதபாணி / நூலகர் பூவழகன்
வி.ர. சுஜித்ரா / நா.முனுசாமி / துரை. திருநாவுக்கரசு

நறுமுகை / அம்ருதா / வெயில்நதி / நற்றிணை
மணல்வீடு / தூறல் / கல்வெட்டு பேசுகிறது.

நறுநிழல் / பொள்ளாச்சி இலக்கிய வட்டம்
திருவண்ணாமலை முச்சந்தி / புதுவை நட்புக்குயில்கள்
செஞ்சி கிளைநூலக வாசகர் வட்டம்

வம்சி.

எறும்பை
இறுக்கப் பிடிக்கச் செய்து
போகிறது

இலையின்
ஒவ்வொரு அசைவிலும்
காற்று.

செந்தில்பாலா

அங்காடித் தெரு

வெவ்வேறு அளவுகளில்
வெவ்வேறு வடிவங்களில்
வளையல்களாக
காலணிகளாக
கட்டுக்கட்டானவெள்ளைக் காகிதங்களாக
வித விதமான துணிமணிகளாக
வகை வகையான பாத்திரங்களாக
இன்னும் இத்தியாதி இத்தியாதிகளாக

வெற்றிடத்தை
விற்கிறார்கள்.

கையில் விழுந்த கணத்திலிருந்து
மரமாக வாழ்கிறேன்
இலையாகிறேன்
பின், தவழ்ந்து விழுகிறேன்
மீண்டும் மரமாகிறது மனம்

அடிக்கடிப் பார்த்துக்கொள்ள ஏதுவாகச்
சுவரிலிருக்கும் இந்தக் காய்ந்த இலை குறித்து
உங்களிடம் சொல்லியாக வேண்டும்

இது
அசையாமலிருக்கும் மரத்திலிருந்து விழுந்த இலை.

மிதிவண்டிச் சக்கரத்தைச் சுழற்றிக்கொண்டிருந்தேன்

கடந்து கடந்து

கடந்து போய்க்கொண்டிருந்தேன்

தேனீர் கொடுத்தாள் மனைவி.

அந்த மரத்தில்
நிர்ச்சலனத்தில் ஓய்விலிருந்த
ஓணானொன்று திடுமென்று
தலையுயர்த்திப் பார்த்ததற்கும்
அக்கணத்தில் பறந்த
குருவியொன்றிற்கும்
நிகழ்த்தப்பட்டதைத்
துருவித் துருவித்தோற்கிறேன்

இப்போது ஓணானில் அசைவில்லை
திடுமெனப் பறக்கிறது வேறொரு குருவி.

பேரலையின் ஓசையென
இரைச்சலிட்ட மின்விசிறியை நிறுத்தியதும்
உள்ளிறங்கும் அலையென
வழிகிறது
உடலெங்கும் கடல்துளி.

விபத்தொன்றில் தவித்துக்கிடப்பவனின்
தாகம் தீர்க்கும்
கனவோடு காத்துக்கிடந்ததைக் கண்டேன்

குடிசையோரப் பானையில்
நீர்.

ஓடிக்கொண்டே இருக்கிறேன்
அதுமட்டுமே பழக்கப்பட்டிருக்கிறது

அவ்வப்போது தரையில் தட்டுப்படும்
எலும்புத்துண்டங்களைத் தேடித்தேடி
மொய்த்தபடியே ஓடிக்கொண்டிருக்கிறேன்

தலைக்குமேல் உள்ள துப்பாக்கிகள் குறித்து
என்றைக்குமே கவலைப்பட்டதே இல்லை
ஏனெனில் என் கண்களுக்கவை
தெரிந்ததும் இல்லை
தெரியப்போவதும் இல்லை

ஆச்சரியமாக ஒன்று நடைபெறுகிறது
தலைக்கு மேலுள்ள துப்பாக்கியை நானே மாற்றுவது

மேலே இருப்பதை ஆய்ந்து
தலை நிமிர்த்தித்தான் நிகழ்த்தவேண்டும்
தெரியுமெனக்கு

வேட்கையில் அலையவிட்டு
வீசும் மீச்சிறு துண்டங்களின்
திசையிலேயே நிகழ்த்தப்பட்டுவிடுகிறது
கணநேரத்திலது

மீண்டும்
ஓடிக்கொண்டே இருக்கிறேன்
ஏனெனில்
அதுமட்டுமே பழக்கப்பட்டிருக்கிறது.

நான் ஏன் மழையாக இருக்கக்கூடாது
கணநேரத்தில் எடுத்த முடிவுதான்
இன்றுகூட பொழிந்துவிட்டுதான் வந்தேன்

சுவையற்றதல்ல மழை
மழையின் சுவை
மழையானபின்தான் தெரிகிறது

மழை
நீரில்தான் நிகழும் என்பது
எவ்வளவு அபத்தம்.

அலறிஅலறி
நடுங்கிக்குமுறும் மகளை
ஒன்றுமில்லை ஒன்றுமில்லை என
தேற்றித் தேற்றித் தோற்கிறேன்

நடுக்கம் குறையாததில்
மவுனமாகி உறைகிறேன்

மவுனமாக்கும்
மகளின் நடுக்கத்தை
பலமாக்கி
வரம்பற்ற வன்சொற்களால்
தொடர்ந்துகொண்டிருக்கிறாய்

மீண்டும்
இரவாக்காமல்
விடாதுபோலிருக்கிறது
இந்தப் பகல்.

செந்தில்பாலா

செஞ்சி காந்திக்கடை வீதி
சிவன் தங்கும்விடுதிக்கு
எதிர்மாடியில் அம்பிகை எலக்ட்ரிக்கல்ஸ்

இப்போதெல்லாம் தோழர் உதயகுமார்தான்
இலக்கிய உரைஞர்
போவது தெரியாமல் நீளும்
வராது போனால் ஏங்கும்

வண்டியில் அவசரமாகச் சென்றபடி
எட்டிப் பார்ப்பாரென
மேலேப் பார்த்து கையசைத்து
வீடு வந்தேன்

தொலைபேசினார்
விட்டுச்சென்ற கை
அசைத்து அசைத்து
சோர்ந்துக் கிடப்பதாக.

எல்லாம் உறங்கிகொண்டிருக்கும்
இந்நள்ளிரவில்

என்னமாய் பேசிக்களிக்கின்றன
மரங்கள்.

அந்தச் சிறுவன்
பென்சிலால் வரைய முயல்கிறான்

பென்சில்
அச்சிறுவனை வரைந்துகொண்டிருக்கிறது.

மீண்டும் ஒருமுறை
உனக்குக் காய்ச்சல் வரவேண்டும்

தவறவிட்ட அனுசரணைகளையெல்லாம்
உனக்கு ஊட்டவேண்டும் மகளே

அடைந்துவிட்டதால் அடைகிறேன்
நானில்லாமலே குணமடையும் பாங்கை

ஆனாலும்

சிறியதுப் பெரியதுகளுமான
புள்ளினக்களிப்பில்
பூக்களும் தளிர்களுமாகச்
சுரக்கிறது தாய்மையை
தரு

தானில்லாதத்துயர் உதிர்த்திடுமோவென
காலத்துரத்தலில்
துயரோடு
காணாதேசமடைகிறதோர் புள்ளினம்

இன்னும் சற்று கிளைப்பரப்பி
களித்திருக்கிறது
புதுப்புதுப் புள்ளினங்களோடு
எப்போதும்போல் அத்தரு.

எல்லா நேரங்களிலும்
நிஜம்போலில்லை நிழல்
ஆனாலும்
நடந்து அமர்ந்து
உறங்கியும் போகிறது.
நிழலின்மீதே நிஜம்.

ஒரு குரலெழுப்பி
உடம்பைச் சிலுப்பி
மீண்டும் படுத்துக்கொண்ட
நாயின்செய்கை குறித்து
எத்தனை முறைதான் யோசிப்பது.

ஓய்வெடுக்க ஆசை ஆசையாய் இருக்கிறது
பணிசெய்யும் இடத்தில் முடியாது, கூடாது
வீட்டில் அவ்வளவு வேலைகள் இருக்கும்போது மனம் கொள்ளாது
விடுமுறை போட்டாலும் காரணம் சொல்லி மாளாது
கட்டாய ஓய்வெடுக்க
ஆறுதல் கேட்க
அரவணைக்க
கவனித்துக்கொள்ள
ஆற்றுப்படுத்த
அமைதிகொள்ள
தேவை
ஒரு நோய்.

இந்த வார்த்தைகளுக்குப் பின்னால்
எந்த வார்த்தைகளும் இல்லை

இந்தவார்த்தையை
எந்த வார்த்தையும்முன்தள்ளவில்லை

இந்த வார்த்தைக்கான அதிர்வு
இந்த வார்த்தைக்கானதே இல்லை

மூலவார்த்தைகளற்ற வார்த்தைகளின் அதிர்வு
மூலவார்த்தைகளை கட்டமைத்துக்கொள்கின்றன

மூலவார்த்தைகள்
முன்வருவதில்லை முதலில்.

வர வேகத்தில்

திண்ணையிலேயே வைத்துவிட்டு

மறந்துபோய் வந்துவிட்டேன்

உடம்பை.

இறந்தவர்கள் நடந்துவரும் தெருக்களில்
திடமாய் நடக்கப்
பழகிக் கொள்கிறேன்

இன்றும்
என்னிலிருந்து ஒருவரைக்
கொன்றுகொண்டிருக்கிறேன்

உங்களுக்கும் சேர்த்தென்றால்
கொலையென்பீர்

என்னிலிருந்துஒருவரைக் கொல்வதினும்
எளிது
ஒரு கொலையைச் செய்வது

எல்லாமுமான எந்தை வருமொரு நாளுக்காக
இறந்தவர்கள் நடந்துவரும் தெருக்களில்
திடமாய் நடக்கப்
பழகிக் கொள்கிறேன்.

உதிர்ந்து உதிர்ந்து
உதிர்ந்தே போகும்
இலைகள் குறித்து என்ன நினைத்ததோ

அந்த ஒரு மரம் மாத்திரம்
துளிர்ப்பதையே நிறுத்திகொண்டது.

சொந்த நிலத்துக்கு அப்பாலிருந்து வரும்
தன் கிணற்று நீரை அள்ளிப்பருகிவிட்டு
வரையத் தொடங்கினான்

ஓவியம் முழுக்க விசத்திவலைகள்
படரத்தொடங்கி
அவனை முடிக்க விடாமல்
திணறடித்துத் திளைத்தன

கழுவப்பட்ட ஓவியத்தின் வேறொரு பிரதியை
மழைக் கொட்டித்தீர்த்த மாலை ஒன்றில்
காண நேர்ந்தது

ஆனால்
சொந்த நிலத்துக்கப்பாலிருந்து வந்த
மேகத்தின் சாயலில் இருந்தது அது.

இங்கு எல்லாவற்றிற்கும் ஒரு விலை இருக்கு
ஆமாம்
இங்கு எல்லாவற்றிற்கும் ஒரு விலை இருக்கு

நாடக வடிவமைப்பைத் தொடங்கினேன்
இப்படி ஒரு வசனத்தோடு

நாடகம் அரங்கேறவில்லை
வசனம் ஆட்சி செய்கிறது.

டீ தாகம் - 2

செஞ்சி வசந்தபவன்
கடைக்குத் தாகமெடுக்கும் நேரமிது
மாலை ஆறு மணி

காஞ்சி
சென்னை
புதுவை
நெகனூர்
செஞ்சி என
ஒரே டீ தாகம்
ஒவ்வொரு டீயாக
பருகிக்கொண்டிருக்கிறோம்
இன்று.

இத்தனைக் காலமாய்
தெரியாமல் இருந்திருக்காது

அன்றுதான் தெரிந்தது

எல்லா வகையான
ஆயுதங்களையும் உள்ளடக்கியது
சமையலறை.

எதற்கும் தயாராகவே இருக்கிறது
தவழவோ நீந்தவோ
பழக்கிவிடப்பட்டபடி

தீர்மானங்களைக் குலைத்தபடி வீசும் காற்றை
ஒரு கை பார்த்துவிடும் திடம்

மரம் தன் கிளையிலிருந்து
மெல்ல மெல்லத் தளர்த்திக் கொண்டிருக்கையில்
சினேகம் கொண்டுவிடுகிறது காற்றுடன் இலை

அல்லது காற்றுடன் சினேகம் கொண்டதிலிருந்து
மெல்ல மெல்லத் தளர்த்திக் கொண்டிருக்கிறது மரம்.

கண்ணீரை வர வைத்துவிடாதீர்கள்

சுவரில் ஒட்டப்பட்ட
சமீபத்திய கவிதையொன்று
தள்ளி நின்று
வெறித்துக்கொண்டிருந்த என்னையே
பார்த்துக்கொண்டிருந்தது
புலனாகாத கண்ணீரைத்
தாரையாய் ஒழுக்கியபடி.

பறவை எப்படி வேண்டுமானாலும்
பறக்கலாம் என்ற முடிவுக்கு
நாம் எப்படி வரமுடியுமென்று
தெரியவில்லை.

குழந்தைகள்
அழுதுவிட்டு
மீண்டும்
குழந்தைகளாகி விடுகிறார்கள்.

அந்த மரத்தினால்

எப்படி என்னைக் கடந்துபோக முடிகிறதென்பது

வியப்பாய் இருக்கிறது

திரும்பிப்பார்க்காமல்

செல்ல முடிவதில்லை

ஒரு நாளும்.

அம்மாவைப் பற்றியும்
மனைவி பற்றியும்
மகன்மகள் பற்றியும்
விசாரித்துவிட்டு

சன்னமான குரலில்
விசாரிக்கிறார்கள்
அப்பாவையும்.

என் விளைநிலங்களில்

துளிர்க்கின்றன

எந்தக் கோடையிலும்

மீசையும் போன்றதுகளும்.

என் விளைநிலங்களில்
துளிர்க்கின்றன

எந்தக் கோடையிலும்
மீசையும் போன்றதுகளும்.

இரவு

மெல்ல மெல்ல

ஒரு பெரும் சப்தத்தோடு வருகிறது

ஆம்

அமைதியாகும் சப்தத்தோடு.

நிழலில் ஊர்ந்துகொண்டிருக்கிறது
இலையின்மேல் எறும்பு.

கதவைத் திறந்ததும்
பாய்கிறது இருள்.

நீந்த முடியாமல்

மூர்ச்சையாகும்போது

கரை

தானே வந்துவிடாதோ

புழுதிகளைக்
குழைத்துக்கொண்டு ஓடுகிறது.

கடல் பூக்கும் உடல்

இப்போதைக்குக்
கையில் பற்றியிருக்கிற புத்தகம்
கையைப் பற்றியிருக்கிறது.

பதிலி வருமென்று
காத்துகிடந்தது
தப்பில்லை

ஓர் ஆடும் வந்தது.

மலர விடுவதே இல்லை
மலர்த்தி விடுகிறார்கள்.

இன்றைக்குப் பிறக்க வேண்டும்போல் தோன்றியது

உடனே வந்துவிட்டேன்

உங்களைச் சந்திக்க

மழையும் மழைசார்ந்த குறிப்பும்
தொலைந்த நாளில்
பொழிந்த மழை.

ஒற்றைக்கால் காகத்தை எனக்கு நன்றாகத் தெரியும்
தமிழய்யாதான் காகங்களுக்குச் சோறு வைத்து
நாய்களை விரட்டிக்கொண்டிருப்பார்

தட்டைக் கவுத்து
படியில் ஒரு தட்டு தட்டியதும்
சூழ்ந்துகொள்ளும் காகங்களுக்கு
பாவ்லோவைத் தெரிந்திருக்காது

காகங்கள் குறைவாக வரும் அன்று சொல்லுவார்
சத்துணவு சரியில்லையென்று.

1. யாரோ ஒருத்தரின் உடல்களாக நடந்து கொண்டிருக்கிறார்கள்

2. மூர்ச்சையாகிப்போனவனின்
குரல்
எனது குரல்வளையிலிருந்து
கதரிக்கொண்டிருக்கிறது

3. எல்லா உடல்களிலிருந்தும்
பேசிக்கொண்டிருக்கிறார்
அந்த ஒருத்தர்.

எல்லாம் முடிந்துவிட்டது
காத்துக்கொண்டிருக்கிறேன் நானும்

இன்னும்கூட சற்று தள்ளியே இருந்திருக்கலாம்
கையளிக்கத்தான் காலம் கடத்தியிருக்கிறார்
நெருங்கியதும் எல்லாவற்றையும்
மெல்லத் தளர்த்திவிட்டு மரித்துப் போனவர்

இப்போது
கையளிக்கும்வரை காத்திருக்க வேண்டும்
நானும்.

நகுலன் நண்பரானதற்குக் காரணம் தெரியவில்லை.ஒருமுறை அவருக்கான நிகழ்வொன்றில் பார்க்கப்போனபோது, உடன் வந்தவர் சொன்னார், நாற்காலியில் அமர்ந்திருப்பதாய்.அமர்ந்திருக்கிறார் ஆனால் நாற்காலியில் இல்லை என்றேன்.அதற்குப் பிறகு வந்தவர் பேசவில்லை.நாங்கள் பேசிக்கொண்டிருந்தோம். அவ்விலக்கிய நிகழ்வில்மெல்லத்தோள்கொடுத்துத் தூக்கிவிட்டபடி நிகழ்ந்தது எங்கள் முதல் சந்திப்பு. நாங்கள் எழுந்துநின்றது அந்த வாரம் அவர் இறந்ததற்கு அஞ்சலி செலுத்த.

இந்த உலகத்திற்கு எது நடந்தாலும்,
கவலைப்படாத இடம் இருக்குமில்லையா
அங்குதான் இருக்கிறேன்.

கொட்டித்தீர்க்கிறது

தெரு
வாசல் என
எங்கும் நிறைந்து வழிகிறது

கதவைத் திறந்ததும் பாய்கிறது
வீடு முழுக்க வெளிச்சம்

வெளிச்சத்தை வீணாக்காதீர்.

வெயில் சுடும் என்று தெரியும்
ஆனாலும் நிற்கிறேன்
வெயிலுக்கும் சுடட்டும்.

எல்லா நேரங்களிலும்
அவ்வளவு எளிதானதல்ல
அழகான பழங்களை
அரிவது.

ஒருமுறை முன் சுழன்று
பின்
பின்சுழன்று திரும்புகையில்
கழன்று விழுந்திருந்தது
அந்தக் கண நேரம்.

ஒவ்வொரு மிடறாய்
உள்ளிறங்கியதை உறுதிசெய்த
தொண்டைக்குழி அசைவும்

பொய்யென
அறிய நேர்ந்தது
பின்னர்.

சரி செய்ய வருபவருக்காகக் காத்திருக்கிறேன்

கொஞ்ச நேரம் உட்கார்ந்து
சற்று நடந்து
மீண்டும் உட்கார்ந்து பின் நடந்து
சரி செய்து கொண்டிருக்கிறேன்
காலத்தை.

இசைக்கருவியிலிருந்து வந்துகொண்டிருக்கும்
இசைப்பவனின் இசை
நேற்று போலில்லை.

எப்படியாயினும்

கவிதை

ஒரு கவிதையை எழுதிவிடப்போகிறது

அதற்கு முன்பாக

நான் எழுதிவிடவேண்டும்

அதை.

கேட்டுக்கொண்டே இருக்கிறது
ஊருக்குப் போய்விட்ட
குழந்தைகளின் சத்தம்.

பிள்ளைகளின் சிரிப்பொலிகளால்

நிறைகிறது

இந்த இருட்டு.

சங்கராபரணி ஆறு
பார்த்துக்கொண்டே இருக்கும்
தினமும் கடந்து போவதை

பாலத்தில் நின்று
பார்த்துக்கொண்டிருக்கிறேன்
என்னைக் கடந்து
போய்கொண்டே இருக்கிறது
இந்த தலைமுறையையும் அடித்துக்கொண்டு.

ஒரே இரவை
இன்னுமோர் இரவாக்குகிறது
பகல்.

பார்த்துப்போக வந்தது
பறக்கவிட்ட குருவி
வீட்டுக்குள் நாங்கள்.

உனக்கு முன்னமே இந்த இடத்தில்
யாரோ புழங்கிய அறிகுறிகளை கண்டறிந்திருப்பாய்
இரண்டு வெவ்வேறு காலத்தவையென
சுவடுகளை ஆராய்ந்தும் இருப்பாய்

அவர்களைக் காணும் ஆவல்
முழுதாய் இப்போது உனைக் கவிந்திருக்கும்

கணக்கில்லா மர்மங்கள்
கணக்கில்லாக் கேள்விகளைச் சுமந்து
பாதை தேடி
சுழன்று சுழன்று சுழன்று
சுழலும்தோறும் சுவடுகளாய்ப் பிடிபட
எதிர்பார்ப்புகளின் உச்சத்தில்
உதைத்து உதைத்து
தயாராகிக்கொண்டிருக்கிறாய் இப்போது

அத்தனை மர்மங்களுக்குமான வெளிச்சமாய்
எல்லாம் எல்லாம்

எல்லாம் இங்கே தயாராய் இருக்கின்றன
வெள்ளுடைத் தேவதைகள் காத்திருக்கிறார்கள் ஏந்தியணைக்க
கூடவே எல்லாம்

முழுமதி இரவில்
வெளிச்சக்கீற்றுக் குறிப்பறிந்து
உன் அத்தனையையும் திரட்டித்
திமிறியெழுந்து உடைத்து
வெளியேறும் அக்கணத்திற்காக

பெருவலியில்
வதைபடுகிறாள் உலகமானவள்.

மரணங்கள்
அவ்வளவு ருசியானது

மீன் தொட்டியில்
நிகழாதபோது

இரவுக்கு அப்பால்
ஒரு துண்டு பகல்.

வியர்க்கவேண்டும்
அவ்வளவுதான்.

முதலில் எல்லாவற்றையும்
கலைத்துப்போடுங்கள்
அப்போதுதான்
அடுக்குவதற்கு ஏதுவாக இருக்கும்.

அந்த மரத்திற்கெதிராக நின்று
கத்தி அழுதுவிட்டேன்
ஏன் என்று கேட்கும்
உங்களிடம் கேட்கிறேன்

எல்லாவற்றிற்கும்
காரணம் சொல்ல வேண்டுமா என்ன

நீயும் என்னைப்போல்
தூக்கமில்லாமல் இருப்பாயோ என் மகளே
எல்லாவற்றையும் ஏற்றுக்கொள்ளக்
கற்றுக்கொள்

என் அன்பு மகளே
இங்கு பழகிக்கொள்வதைத் தவிர
வேறு வழியில்லை

உன் நினைவில் பிழிந்துகிடக்கும் எனைப்போல்
என் நினைவு வந்துவிடக்கூடாது உனக்கு

அழத்தோன்றினால் அழுதுவிடு
அடக்கிக்கொண்டு சிரிக்கமுயல்வதை
எங்கு கற்றாயோ என் செல்லமகளே

எங்களைப்போல நீயும்
பலமுகங்களை அணியக்
கற்றுக்கொண்டிருக்கிறாய்

அச்சமாக இருக்கிறது
உண்மை முகத்தை மறந்து
தொலைத்துவிடுவாயோவென

எனைக் குறித்து அதீத நம்பிக்கை உனக்கு
அங்கு நீயிருக்கிறாய் என்பதே பலமெனக்கு

அம்மாவின் கைவிரலைப் பற்றியேயிரு
என் கைவிரல் எப்போதும் காத்திருக்கும்
அம்மாவோடு உன் வருகைக்காக.

நடந்துச் சென்றேன்
விசாரித்தார்கள்
வண்டியை

கூடவே
நடந்து வந்தது
வீட்டிலிருந்தபடியே
வண்டியும்.

உலர்ந்த இலைகளுக்கு பதிலாக
விழுகின்றன பசுந்தழைகள்

படர்கின்றன
கம்பளிப்பூச்சியொத்த பூச்சிகள்

ஊரலெடுத்துத் தடிப்புகளாகிறது
தேசம்.

சில நேரம்
என் கால்களுக்குப் பதிலாக
நடந்துசெல்கின்றன கண்கள்

சில நேரம்
கண்களுக்கு பதிலாக
கால்கள்.

அத்தனை சோகமானது அந்தப் பாடல்
இயற்றிய நாள் முதல்
நானே பாடிக்கொண்டிருக்கிறேன்
துக்கம் தொண்டையை அடைத்து
முளைக்க முடியாமல் கிடக்கிறது விதைக்குள்

ஆளரவமற்ற கொளுத்தும் வெய்யிலில்
தனிமையில் மல்லாட்டைப் பறிப்பாள் பாடலில் அவள்

ராகத்தில் இழையும் என்றாலும்
முழு சோகமும் வந்துவிடுவதில்லை ராகத்தில்.

'ஏனோ

மிக நீண்ட தூரத்தை
அருகிலிருப்பதாக
காட்டுகிறது
தொடுவானத்து நிலவு'